తెలివైన పాత పక్షి

అక్కడ చాలా పొడవైన మరియు పాత మర్రి చెట్టు ఉండేది. అది దట్టమైన అడవిలోపల ఉండేది. దాని ఆకు కొమ్మలు విస్తరించి ఉ న్నాయి. బలమైన చేతులు వంటి, ఈ చెట్టు అడవి పెద్ద బాతుల మందకు నిలయంగా ఉండేది. అక్కడ వారంతా చాలా సురక్షితంగా భావించారు. ఒకరోజు, పెద్ద బాతుల్లో ఒకటి, చాలా వృద్ధుడైనప్పటికీ, తెలివైనవాడు, చెట్టు పాదాల వద్ద ఒక చిన్న లతని గమనించాడు. అతను దాని గురించి ఇతర పక్షులతో మాట్లాడాడు. “నీకు ఆ లత కనిపిస్తుందా?” దానిని నాశనం చేద్దాం అని వారిని అడిగాడు.

“మేము దానిని ఎందుకు నాశనం చేయాలి?” ఆశ్చర్యంతో ఇతర పెద్దబాతులు అడిగారు, “ఇది చాలా చిన్నది. ఎలాంటి హాని చేయవచ్చు, అది మనకు హాని చేస్తుందా?”

"నా స్నేహితురాలా," తెలివైన ముసలి పక్షి, "చిన్న లత త్వరలో మందపాటి మరియు బలంగా పెరుగుతుంది." "కాబట్టి లత మనకు ఏమి హాని చేస్తుంది?" పెద్ద బాతులు వాదించారు. ఇప్పుడు, పాత పక్షి చిరాకు పడింది. "నీకేం అర్థం కావడం లేదు? లత సహాయంతో ఎవరైనా ఈ చెట్టును సులభంగా ఎక్కవచ్చు. ఒక వేటగాడు. పైకి వచ్చి మనందరినీ చంపగలడు.".

కానీ యువ పెద్దబాతులు పాత పక్షి సలహాను వినలేదు. "సరే, తొందరపాటు చర్య ఏమీ తీసుకోనవసరం లేదు. లత ఇప్పుడు ఇప్పుడు నాశనం చేయలేనంత చిన్నది, పెద్ద బాతులు పట్టుబట్టాయి. తెలివైన ముసలి పక్షి ఇంకా వారిని ఒప్పించడానికి ప్రయత్నించింది. "ఈ దశలో, లత మృదువుగా ఉంది మరియు మీరు దానిని సులభంగా కత్తిరించవచ్చు. తరువాత, అది మందంగా మరియు గట్టిగా మారుతుంది. అప్పుడు, మీరు దానిని కత్తిరించలేరు."

"మేము చూస్తాం," పక్షులు సమాధానమిచ్చాయి. వారు అతని నాశనం చేయలేదు మరియు తెలివైన పాత పక్షి సలహాను మరిచిపోయారు. లత పెరిగేకొద్దీ, అది చెట్టుపైకి వెళ్లడం ప్రారంభించింది. అది దట్టంగా కనిపించేంత బలంగా మారింది తాడు.

ఒక రోజు మధ్యాహ్నం, పెద్దబాతులు ఆహారం వెతుక్కుంటూ బయటకు వెళ్లినప్పుడు, ఒక వేటగాడు ఆ ప్రదేశానికి వచ్చాడు. చెట్టుపై నివసించే పెద్దబాతులను పట్టుకోవాలనుకున్నాడు. లత సహాయంతో చెట్టుపైకి ఎక్కి చెట్టుపై వల వేసాడు.

సాయంత్రం, చీకటి పడినప్పుడు, పెద్దబాతులు ఇంటికి తిరిగి వచ్చాయి. వారు నెట్ను గమనించలేదు. అవి చెట్టుపై ఉన్న గూళ్లకు ఎగురుతూ వలలో చిక్కుకున్నాయి. బయటకి రావడానికి చాలా కష్టపడ్డారు కానీ కుదరలేదు.

"సహాయం! సహాయం! మేము పట్టుబడ్డాము," పెద్దబాతులు అరిచారు. "ఇప్పుడు గొడవ చేయకు," తెలివైన ముసలి పక్షి తిట్టింది. "రేపు వేటగాడు తిరిగి వచ్చి మనందరినీ చంపుతాడు."

వారు తమ తప్పును గ్రహించి, "మమ్మల్ని క్షమించండి. మేము మీ మాట వినలేదు. దయచేసి ఇప్పుడు ఏమి చేయాలో మాకు చెప్పండి?" "వినండి." తెలివైన పక్షి సమాధానమిచ్చింది, "వేటగాడు వచ్చినప్పుడు, మీరందరూ చనిపోయినట్లు నటించండి. నిశ్చలంగా పడుకోండి, వేటగాడు. చనిపోయిన పక్షులకు హాని చేయడు. అతను మనలను నేలమీద పడవేస్తాడు. అతను మనలో చివరిదాన్ని విసిరినప్పుడు, మనం త్వరగా లేచి ఎగిరిపోవాలి."

ఉదయం వేటగాడు ఆ ప్రదేశానికి తిరిగి వచ్చాడు. వలలో చిక్కుకున్న పక్షులను చూసి చాలా సంతోషించాడు.

"అయితే వాళ్లందరూ చనిపోయారు" అని బాధగా తనలో తానే చెప్పుకున్నాడు.

అతను వాటిని ఒక్కొక్కటిగా నెట్ నుండి విసిరాడు. పక్షులు చచ్చిపోయినట్లు పడి ఉన్నాయి! అతను నెట్లో నుండి చివరి పక్షిని తీసి నేలపై విసిరాడు.

పక్షులన్నీ రెక్కలు విప్పడం ప్రారంభించడం చూసి ఆశ్చర్యపోయాడు. కొద్దిసేపటికే, అవన్నీ ఆకాశంలో ఎగిరిపోయాయి. కాబట్టి వారందరూ రక్షించబడ్డారు.

నీతి : పెద్దల సలహాను వినడం ఎల్లప్పుడూ విలువైనదే.

ఏనుగులు మరియు ఎలుకలు

ఒక సరస్సు పక్కన పెద్ద మరియు అందమైన నగరం ఉంది.

దానిలో అనేక దేవాలయాలు మరియు చక్కటి ఇళ్లు ఉండేవి. ప్రజలు ఆ నగరంలో సంతోషంగా జీవించేవారు. ఒకరోజు పొరుగు దేశం దాడి చేయడం వల్ల నగరం పూర్తిగా ధ్వంసమైంది. నగరంలో మొత్తం ఎలుకలు మాత్రమే మిగిలి ఉన్నాయి.

ఎలుకల నగరానికి దూరంగా ఒక అడవిలో కొన్ని ఏనుగులు నివసించాయి. ఒకప్పుడు, చాలా సంవత్సరాలు వర్షాలు లేవు. దీంతో నదులు, సరస్సులన్నీ ఎండిపోయాయి. ఏనుగులకు తాగడానికి నీళ్లు లేవు. నీటి కోసం వెతుకుతున్న ఏనుగుల గుంపు ఒకరోజు ఎలుకల నగరంలోకి దారి తప్పిపోయాయి. వారు సరస్సు వద్దకు వెళ్లే మార్గంలో నగర వీధుల గుండా వెళుతుండగా, వారు చాలా ఎలుకలను తొక్కారు. దీంతో చాలా ఎలుకలు చనిపోయాయి.

ఎలుకల నాయకుడు చాలా ఎలుకలు చనిపోవడంతో దుఃఖించాడు. చర్యలు తీసుకోవాలని నిర్ణయించి నగరంలోని ఎలుకల సభకు పిలుపునిచ్చారు. తెలివైన ముసలి ఎలుక వారి నాయకుడి వద్దకు వెళ్లి ఏనుగులు అతని మందను మళ్లీ నగరం గుండా వెళ్లకుండా ఆపమని అభ్యర్థించారు.

ఏనుగులు స్నానం చేస్తున్న సరస్సు వద్దకు కొన్ని ఎలుకలు వెళ్లాయి. వారిలో ఒకడు ఏనుగుల నాయకునికి నమస్కరించి ఇలా అన్నాడు.". "మహారాజా! నువ్వు పెద్దవాడివి, శక్తిమంతుడవు. నువ్వు మా ఊరి వీధుల గుండా వెళుతుండగా మా కుటుంబ సభ్యులు చాలా మంది చనిపోయారు. మీ పాదాల క్రింద మేము కొద్దిమంది మిగిలి ఉన్నాము. కాబట్టి, వేరే మార్గం ద్వారా మీరు అడవికి తిరిగి రావాలని మేము మిమ్మల్ని అభ్యర్థిస్తున్నాము.

మేము మీకు కృతజ్ఞతలు మరియు మీ స్నేహితులుగా ఉంటాము." ఎలుకల విన్నపానికి ఏనుగులు అంగీకరించి, "మీరు ప్రశాంతంగా జీవించండి. మీరు ఇకపై బాధపడకుండా చూస్తాము.".

కొన్ని సంవత్సరాల తరువాత, పొరుగు దేశపు రాజు తన సైన్యానికి చాలా ఏనుగులను కోరుకున్నాడు. వీలైనన్ని ఏనుగులను పట్టుకోవడానికి తన మనుషులను అడవికి పంపాడు. అతని మనుషులు ఏనుగులను బంధించడానికి లోతైన గుంటలు తవ్వి, కొమ్మల ఆకులతో కప్పారు. చాలా ఏనుగులు పట్టుబడ్డాయి. వాటిని గుంతల్లోంచి బయటకు తీసి బలమైన తాళ్లతో కట్టేశారు. అనేక ఏనుగులను బంధించి, రాజు యొక్క మనుషులు కాసేపు విశ్రాంతి తీసుకోవడానికి కూర్చుని నిద్రకు ఉపక్రమించారు. ఏనుగుల నాయకుడు అదృష్టవంతుడైన ఏనుగుల్లో ఒకదానిని పట్టుకోలేకపోయాడు. వాటిని సహాయం కోరుతూ నగరంలోని ఎలుకల వద్దకు పంపాడు.

ఏనుగులు ఇబ్బంది పడుతున్నాయని ఎలుకలు తెలుసుకున్నాయి. వారు అడవికి పరుగెత్తారు. పదునైన దంతాలతో, వారు మందపాటి డులను కత్తిరించి, ఏనుగులన్నింటినీ విడిపించారు. ఏనుగుల నాయకుడు ఎలుకలు సకాలంలో సహాయం చేసినందుకు కృతజ్ఞతలు తెలిపాడు. అప్పటి నుంచి ఇద్దరి మధ్య స్నేహం మరింత బలపడింది.

నీతి : నిజమైన స్నేహం మనుషులను దగ్గర చేస్తుంది.

సింహం తయారీదారులు

ఒక ఊరిలో నలుగురు స్నేహితులు ఉండేవారు. వారిలో ముగ్గురు బాగా చదువుకున్న వారు కానీ వారికి ఇంగితజ్ఞానం లేదు. నాల్గవవాడు చదువుకోలేదు కానీ ఇంగితజ్ఞానం కలవాడు. అతను చాలా ఆచరణాత్మకంగా ఉన్నాడు మరియు అతనికి ఏది మంచి లేదా ఏది చెడు అని తెలుసు. ఒకరోజు, ముగ్గురు పండితులూ తమ జ్ఞానాన్ని మరింత డబ్బు సంపాదించడానికి ఉపయోగించాలని అనుకున్నారు. కాబట్టి, వారు తమ అదృష్టాన్ని పరీక్షించుకోవడానికి సుదూర దేశాలకు వెళ్లాలని నిర్ణయించుకున్నారు. కానీ వారు చదువుకోలేని కారణంగా తమ నాల్గవ స్నేహితుడిని వెంట తీసుకెళ్లడానికి అష్టపడలేదు. అయితే చిన్ననాటి స్నేహితుడు కావడంతో అతడిని వెంట తీసుకెళ్లాలని నిర్ణయించుకున్నారు.

నలుగురు స్నేహితులు తమ ప్రయాణానికి బయలుదేరారు. ఓ దారిలో దట్టమైన అడవి గుండా వెళ్లారు. ఓ చోట చెట్టుకింద పడి ఉన్న ఎముకల కుప్ప కనిపించింది. ఒక్కసారిగా, పండిత స్నేహితుల్లో ఒకరు, "మన సైన్స్ పరిజ్ఞానాన్ని ప్రయత్నించడానికి మనకు మంచి అవకాశం ఉంది, ఈ ఎముకలు జంతువు యొక్క అవశేషాలుగా అనిపిస్తున్నాయి. దానికి తిరిగి జీవం పోయడానికి ప్రయత్నిద్దాం."

మొట్టమొదట చదువుకున్న వ్యక్తి, "ఎముకలను ఎలా కలపాలో నాకు తెలుసు." అప్పుడు, అతను ఒక మంత్రాన్ని పఠించాడు మరియు ఎముకలన్నీ కలిసి అస్థిపంజరాన్ని తయారుచేశాడు. అస్థిపంజరం సిద్ధమయ్యాక రెండో మిత్రుడు మరో మంత్రం పఠించాడు. వెంటనే, మాంసం మరియు చర్మం అస్థిపంజరాన్ని కప్పాయి మరియు శరీరం లోపల రక్తం ప్రవహించడం ప్రారంభించింది. ఇప్పుడు, అది సింహం యొక్క నిర్జీవ శరీరంలా కనిపించింది.

వారు సాధించినందుకు చాలా గర్వంగా భావించి, మూడవ వ్యక్తి ప్రాణం లేని జంతువుకు ప్రాణం తీసుకువస్తానని చెప్పాడు. కానీ నాల్గవ మిత్రుడు "ఆగు! సింహంలా ఉంది. తిరిగి ప్రాణం పోసుకుంటే మనందరినీ చంపడం ఖాయం" అని అరిచాడు. "యు ఆర్ ఎ ఫూల్, స్టుపిడ్ ఫెలో!" మూడో మిత్రుడు, "నీకు ఈ విషయాలపై అవగాహన లేదు. కాబట్టి నోరు అదుపులో పెట్టుకో" అన్నాడు.

"దయచేసి ఒక్క నిమిషం ఆగండి" అన్నాడు నాలుగో వ్యక్తి, వెంటనే పక్కనే ఉన్న ఎత్తైన చెట్టు పైకి ఎక్కాడు.

తన స్నేహితుడిని పట్టించుకోకుండా, మూడవ స్నేహితుడు ఒక మంత్రం పఠించాడు మరియు అందరి భయాందోళనలకు, భయంకరమైన మరియు భారీ సింహం నిలబడి ఉంది. అది గర్జిస్తూ ముగ్గురు స్నేహితులపైకి దూసుకెళ్లింది. వారు అదుపుతప్పి పట్టుకున్నారు. సింహం వారందరినీ చంపేసింది.

సింహం వెళ్లిపోగానే నాలుగో స్నేహితుడు చెట్టు దిగాడు. తన స్నేహితులు చనిపోయి పడి ఉండటం చూసి చాలా బాధపడ్డాడు. బాధగా, ఒంటరితనంగా భావించి ఇంటికి తిరిగి వెళ్లిపోయాడు.

నీతి : ఇంగితజ్ఞానం లేని జ్ఞానం పనికిరాదు.

కోతి మరియు ముసలి

ఒక కోతి నది ఒడ్డున ఉన్న జామూన్ (నల్ల రేగు) చెట్టుపై నివసించింది. చెట్టు ఎప్పుడూ తీపి మరియు జ్యూసి పండ్లతో నిండి ఉంటుంది. కోతి ఈ పండ్లను తిని ఆనందంగా జీవించేది.

ఒకసారి, నీడ ఉన్న జామున్ చెట్టు క్రింద విశ్రాంతి తీసుకోవడానికి ఒక ముసలి నది నుండి బయటకు వచ్చింది. ముసలిని చూడగానే, చెట్టుపై కూర్చున్న కోతి, "అయ్యా, ఈ రోజు మీరు నా అతిథి, మీకు ఆహారం అందించడం నా బాధ్యత, ఈ తీపి జామూన్ లు ఇచ్చి మీకు స్వాగతం" అని చెప్పింది. కోతి ఉత్తమమైన జామూన్ ను ఎంచుకుని వాటిని ముసలికి విసిరింది. తియ్యటి జామూన్లను తింటూ ఆనందించింది ముసలి. కోతికి కృతజ్ఞతలు చెప్పి సాయంత్రం ఇంటికి వెళ్లాడు.

ముసలి రోజు అక్కడికి రావడం ప్రారంభించింది మరియు కోతి అందించే జ్యూసి పండ్లను ఆస్వాదించింది. వారు చాలా సమయం కలిసి గడిపారు మరియు వెంటనే మంచి స్నేహితులు అయ్యారు.

ఒకరోజు, ముసలి తన భార్య కోసం కోతిని కొన్ని జామూన్లు అడిగింది. ఆ పండ్లను ముసలికి ఇవ్వడంతో కోతి చాలా సంతోషించింది. అతని భార్యకు జామూన్లు చాలా ఇష్టం. ఇప్పుడు, ప్రతిరోజు ముసలి తన భార్య కోసం కూడా పండ్లు తీసుకోవడం ప్రారంభించింది. ఒకరోజు ముసలి భార్య తన భర్తను అడిగింది, “ప్రియమా, ఈ పండ్లు చాలా తీపిగా మరియు రుచిగా ఉంటే, ఇంతకాలం ఈ పండ్లను తింటున్న కోతికి ఈ పండ్లంత మధురమైన హృదయం ఉండాలి. కాబట్టి ఎందుకు ఇలా చేయకూడదు? మీరు అతని హృదయాన్ని నా దగ్గరకు తీసుకురాగలరా?!!

ఈ మాటలు విని ముసలి ఆశ్చర్యపోయింది. అతను తన భార్యతో, “ప్రియమైన, కోతి నాకు ప్రియమైన స్నేహితుడు, అతనిని చంపి అతని హృదయాన్ని తీసుకురావడం న్యాయం కాదు.” కానీ ముసలి భార్య చాలా చెడ్డది. అతను తన స్నేహితుడి హృదయాన్ని పొందాలని, లేకపోతే ఆమె అతనితో మాట్లాడనని ఆమె పట్టుబట్టింది.

ముసలికి వేరే మార్గం లేదు. మరుసటి రోజు, అతను నది ఒడ్డుకు చేరుకున్నాడు. కోతి అతని కోసం వేచి ఉంది. 'ప్రియ మిత్రమా, ఈరోజు ఎందుకు ఇంత ఆలస్యమయ్యావు? నువ్వు కూడా దిగులుగా చూస్తున్నావు. ఏమైంది?" ముసలి ఇలా సమాధానం చెప్పింది, "ఏమీ లేదు. ఈరోజు నా భార్యతో గొడవపడ్డాను. నేను నిన్ను మా ఇంటికి భోజనానికి పిలవనందుకు ఆమె నాపై కోపంగా ఉంది. ఆమె మీలాంటి మధురమైన మరియు సహాయపడే స్నేహితుడిని కలవాలనుకుంటోంది. మీరు మా ఇంటికి తప్పకుండా రావాలి."

కోతి ముసలి కథను నమ్మి ఆహ్వానాన్ని అంగీకరించింది. అయితే "నేను మీ ఇంటికి ఎలా వస్తాను? నాకు ఈత రాదు. అన్నాడు. ముసలి వెంటనే బాధపడకు. నువ్వు నా వీపు మీద కూర్చో నేను నిన్ను నా ఇంటికి తీసుకెళ్లాను అంది."

కోతి ఆనందంగా ముసలి వీపుపై కూర్చుంది మరియు వారు తమ ప్రయాణాన్ని ప్రారంభించారు. వారు నది మధ్యలోకి చేరుకున్నప్పుడు, అక్కడ నీరు చాలా లోతుగా ఉంది, ముసలి "నా భార్యను సంతోషపెట్టడానికి నేను నిన్ను ఇంటికి తీసుకువెళ్తున్నాను. ఆమె మీ హృదయాన్ని తినాలని కోరుకుంటుంది" అని చెప్పింది.

కోతి అది విని చాలా ఆశ్చర్యపోయింది కానీ అతను చల్లగా ఉన్నాడు. "అయ్యో ప్రియతమా! ఇంతకు ముందు ఎందుకు చెప్పలేదు? నేనే నా హృదయాన్ని తెచ్చి ఉందును. చెట్టుపైనే నా హృదయాన్ని మరచిపోయాను. మరలా చెట్టు దగ్గరకు వెళ్లి తెచ్చుకుందాం" అన్నాడు.

తెలివితక్కువ ముసలి తిరిగి జామూన్ చెట్టు వద్దకు ఈదుకెళ్లింది. వారు నది ఒడ్డుకు చేరుకున్నప్పుడు, తెలివైన కోతి వేగంగా తన వీపు నుండి దూకి చెట్టుపైకి ఎక్కింది. చెట్టు మీద సురక్షితంగా, ముసలి వైపు చూస్తూ, "ఇప్పుడు, మీరు మీ చెడ్డ భార్య వద్దకు ఒంటరిగా తిరిగి వెళ్లి, ఆమె భర్త ప్రపంచంలోనే అతిపెద్ద మూర్ఖుడని చెప్పండి" అన్నాడు. ముసలి తన గురించి సిగ్గుపడి, విచారంగా మరియు నిరాశతో ఇంటికి తిరిగి వెళ్లాడు.

నీతిః కష్ట సమయాల్లో మనస్ఫూర్తిగా ఉండటం మంచి ఫలితాన్నిస్తుంది.

పిల్లి తీర్పు

ఒకప్పుడు, ఒక పెద్ద పీపల్ చెట్టు రంధ్రంలో ఒక వడ్రంగిపిట్ట నివసించేది. చాలా ఏళ్లుగా అక్కడే నివాసం ఉంటున్నాడు. అతను దాని పరిసరాల్లో నివసించే అన్ని చిన్న జంతువులు మరియు పక్షులతో చాలా స్నేహపూర్వకంగా ఉండేవాడు.

ఒకరోజు, వడ్రంగిపిట్ట ఆహారం కోసం తను హాయిగా ఉన్న ఇంటిని విడిచిపెట్టింది. అతను చాలా దూరం ప్రయాణించి మొక్కజొన్న పొలానికి వచ్చాడు. ఇది కోత సమయం మరియు మొక్కజొన్న పూర్తిగా పండింది. చాలా రోజులుగా పొలంలో ఉండి తనకు చేతనైనంత తిన్నాడు. వండ్రంగి పిట్ట దూరంగా ఉన్నప్పుడు, ఒక చిన్న కుందేలు నివసించడానికి స్థలం కోసం వెతుకుతూ అక్కడికి వచ్చింది. అతనికి సొంత ఇల్లు లేదు. కాబట్టి, అతను వెళ్లి పడ్రంగి పిట్ట ఇంటిని ఆక్రమించాడు.

మరుసటి రోజు, మొక్కజొన్న పొలంలో ఆనందంగా గడిపిన తర్వాత, వడ్రంగిపిట్ట తన ఇంటికి తిరిగి వచ్చింది. అతను చిన్న కుందేలు అక్కడ విశ్రాంతి తీసుకుంటూ క్యారెట్లను ఆస్వాదించడాన్ని అతను కనుగొన్నాడు. అతన్ని చూడగానే వడ్రంగి పిట్ట చాలా కోపంగా "ఇక్కడ ఏం చేస్తున్నావు? ఇది నా ఇల్లు" అని అడిగింది. "మీ ఇల్లు?" అని బదులిచ్చింది కుందేలు. "ఇది నాది. చాలా రోజులుగా ఈ ఇంట్లోనే ఉన్నాను."

"మీరు ఇప్పుడు ఇక్కడ ఉండలేరు. నేను ఈ ఇల్లు కట్టాను, నేను ఎల్లప్పుడూ ఇక్కడ నివసిస్తున్నాను, మీరు నన్ను అడగవచ్చు పొరుగువారు," వడ్రంగిపిట్ట వాదించింది.

కానీ కుందేలు వడ్రంగిపిట్ట వినడానికి మూడ్ లేదు. అతను తిరిగి అరిచాడు, "నేను ఎందుకు అడగాలి ఎవరైనా?" నేను ఇక్కడికి వచ్చినప్పుడు, ఇక్కడ ఎవరూ నివసించలేదు. కాబట్టి నేను మారాను. ఇప్పుడు నేను ఈ ఇల్లు ఖాళీ చేయను."

ఇద్దరి మధ్య వాగ్దానం తారాస్థాయికి చేరింది. ఇరుగుపొరుగు వారు కూడా వారి సమస్యను పరిష్కరించలేకపోయారు. చివరగా, వారు తెలివైన మరియు వృద్ధురాలైన పిల్లి వద్దకు వెళ్లాలని నిర్ణయించుకున్నారు. ఆమె గంగా నది ఒడ్డున నివసించింది. వాళ్లు తనవైపు రావడం చూసి, కళ్లు మూసుకుని, చేతిలో జపమాలల తీగను పట్టుకుని మంత్రాలు జపించడం ప్రారంభించింది. వడ్రంగిపిట్ట మరియు కుందేలు ఆమెకు దూరంగా కూర్చున్నాయి.

ఆమె దగ్గరికి వెళ్లాలంటేనే భయపడ్డారు. పిల్లి కళ్లు తెరవగానే వడ్రంగిపిట్ట, “నాకూ, కుందేలుకూ మధ్య గొడవ జరిగింది. దయచేసి మా కథ విని మీ న్యాయమైన తీర్పు చెప్పండి. మీరు దోషిగా తేలిన వారిని శిక్షించవచ్చు.” “ప్రియమైన పిల్లలారా, అలాంటి నీచమైన మాటలు చెప్పకండి.” ఆమె మధురమైన స్వరంతో, “పవిత్ర నగరమైన హరిద్వార్కు వచ్చిన తరువాత, నేను భగవంతునికి లొంగిపోయాను. కాబట్టి, ఎవరినీ శిక్షించాలని నేను అనుకోను. మీరు చెప్పండి, విషయం ఏమిటి?”

వడ్రంగిపిట్ట కథ మొత్తం చెప్పడం ప్రారంభించగానే పిల్లి, “ప్రియమా, నాకు చాలా వయసైపోయింది. నువ్వు చెప్పేది వినడం లేదు. మీరద్దరూ నా దగ్గరికి రావాలి” అంది.

వడ్రంగి పిట్ట మరియు కుందేలు ఆమెను నమ్మి ఆమె దగ్గరికి వెళ్లాయి. వారు గ్రహించేలోపే, దుర్మార్గులు వారిపైకి దూసుకుపోయారు. ఆమె వాటిని తన పదునైన పాదాలతో చంపి తినేసింది.

నీతి: ఒక మోసగాడు తన బాహ్య రూపాన్ని మార్చుకున్నా, తన ప్రవర్తనను మార్చుకోడు. కాబట్టి, అలాంటి వారి పట్ల జాగ్రత్త వహించండి.

తెలివైన కుందేలు

ఒకప్పుడు క్రూరమైన సింహం అడవికి రాజు. అతను కడుపు నింపుకోవడానికి ఇతర జంతువులను పెద్ద సంఖ్యలో చంపేవాడు. అతని వల్ల అడవిలోని జంతువులన్నీ భయంతో జీవించేవి.

ఒకరోజు, జంతువులు ఒక సూచనతో అతని వద్దకు వెళ్లాలని నిర్ణయించుకున్నాయి. వారిలో తెలివైన నక్క ముందుకు వచ్చి మెల్లగా ఇలా చెప్పింది, "ఓ రాజా, మీరు మాకు రాజు మరియు మేము మీ వినయ సేవకులం. మాకు ఒక సూచన ఉంది. ప్రభూ! మీరు వృద్ధులు మరియు బలహీనులయ్యారు. మీరు ఎందుకు ఇంట్లో ఉండకూడదు? రోజూ ఒక జంతువు మీకు భోజనంగా వస్తుందని వాగ్దానం చేస్తున్నాము. అలా చేస్తే భవిష్యత్తులో మీరు వేటాడాల్సిన అవసరం ఉండదు. కాబట్టి మనమందరం ప్రశాంతంగా జీవించగలుగుతాము."

సింహానికి ఆలోచన నచ్చి గర్జిస్తూ, "సరే. కానీ నువ్వు ఏ రోజైనా నా భోజనాన్ని నాకు పంపకపోతే, నేను కోరుకున్నన్ని జంతువులను చంపేస్తాను. "మేము మా వాగ్దానాన్ని నిలబెట్టుకుంటాము, నా ప్రభూ!" జంతువులు అన్నారు. ఆరోజు నుంచి రోజు ఒక జంతువు సింహం గుహలోకి వెళ్లేది. సింహం వాటిని తినేసేది. ఒకరోజు, ఒక చిన్న కుందేలును సింహం వద్దకు వెళ్లమని కోరింది. అతను చాలా తెలివైనవాడు. సింహం అతనిని చంపి తినడం అతనికి నచ్చలేదు. సింహం గుహకు వెళ్లేటప్పుడు, అతను తనను తాను రక్షించుకోవడానికి ఏదో ఒక మార్గం గురించి ఆలోచిస్తూనే ఉన్నాడు. అతను చాలా నెమ్మదిగా నడిచాడు మరియు చాలా ఆలస్యంగా సింహాల గుహకు చేరుకున్నాడు.

సింహానికి చాలా ఆకలి వేసింది. తన ఆహారంగా ఒక చిన్న కుందేలును చూసిన అతను చాలా కోపంగా ఉన్నాడు. "నిన్ను ఇక్కడికి ఎవరు పంపారు? భోజనం చేయడానికి చాలా చిన్నగా మరియు చాలా ఆలస్యంగా ఉన్నారు. నాకు చాలా ఆకలిగా ఉంది" అని గర్జించాడు. చిన్న కుందేలు వంగి, "మహారాజా! దయచేసి నా మాట వినండి. నాతో పాటు మరో ఐదు కుందేళ్లను పంపించారు. కానీ దారిలో వాటిని మరొక సింహం చంపి తినేసింది. సింహం తానే రాజునని చెబుతోంది. ఈ అడవిలో ఎలాగోలా నేను ఇక్కడికి. చేరుకోగలిగాను."

"మరో సింహం! ఎక్కడున్నాడు? సింహం గర్జించింది. కుందేలు సింహాన్ని అడవిలోని బావి వద్దకు తీసుకెళ్లింది. "అక్కడ నా ప్రభూ," కుందేలు చెప్పింది. "అతను ఈ కోటలోనే ఉంటాడు. నువ్వు ఇటువైపు రావడం చూసి అతను తన కోటలో దాక్కున్నాడు."

కుందేలు సింహాన్ని బావి దగ్గరకు తీసుకెళ్లి కిందకు చూడమని కోరింది. సింహం బావిలోకి చూడగా, నీటిలో తన ప్రతిబింబం కనిపించింది. కోపంతో గర్జించాడు. బావి లోపల నుండి పెద్దగా గర్జన వినిపించింది. సింహం తన స్వరం యొక్క ప్రతిధ్వనిని విని, బావిలో ఉన్న ఇతర సింహం యొక్క గర్జన అని భావించింది. అందుకే శత్రువును చంపడానికి బావిలోకి దూకాడు. అతను నీటిలో మునిగిపోయాడు మరియు ఎప్పటికీ బయటకు రాలేకపోయాడు. తెలివైన కుందేలు సంతోషంగా ఇంటికి తిరిగి వచ్చింది. అతని తెలివి మరియు ధైర్యం కారణంగా, అతను అన్ని జంతువులను రక్షించాడు.

నీతి : శారీరక బలం కంటే తెలివితేటలు గొప్పవి.

మూడు చేపలు

ఒకప్పుడు ఒక పెద్ద సరస్సులో మూడు చేపలు ఉండేవి. వారు చాలా సన్నిహిత మిత్రులు. కానీ అవి ఒకదానికొకటి చాలా భిన్నంగా ఉండేవి. వారిలో ఒకడు చాలా తెలివైనవాడు. అతను మంచి వివేచన కలిగి ఉన్నాడు మరియు జాగ్రత్తగా ఆలోచించిన తర్వాత అన్ని నిర్ణయాలు తీసుకుంటాడు.

రెండవ వాడు తెలివైనవాడు కాదు, కానీ తన మెదడును ఉపయోగించగల మరియు ఏదైనా సమస్యకు పరిష్కారం కనుగొనగల తెలివిగలవాడు. అతను చాలా నిర్లక్ష్య జీవితాన్ని గడిపాడు.

మూడవవాడు విధిని నమ్మాడు. ఏది జరగాలో, అది జరగాలి అని అతను ఎప్పుడూ అనుకునేవాడు. దాని గురించి ఎవరూ ఏమీ చేయలేరు, అని అతను ఆలోచిస్తాడు.

ఒకరోజు తెలివైన చేప సరస్సులో ఆడుతోంది. అకస్మాత్తుగా, ఒక మత్స్యకారుడు మరొక జాలరితో మాట్లాడుతూ, “ఆ చేపను చూడు. ఆ చేప చాలా పెద్దది. ఈ సరస్సు పెద్ద చేపలతో నిండి ఉంది. వాటిని పట్టుకోవడానికి రేపు రండి.” తెలివైన చేప వెంటనే ఈ వార్తను అందించడానికి తన ఇద్దరు స్నేహితుల వద్దకు పరుగెత్తింది. అతను వారికి సలహా ఇచ్చాడు. “ఆ మత్స్యకారులు తిరిగి వచ్చేలోపు మనం ఈ సరస్సు వదిలి వెళ్లాం. ఈ సరస్సుకి ఒక కాలువ లింక్ చేయబడింది. అది మనల్ని మరొక సరస్సుకి తీసుకెళుతుంది.”

అయితే, తెలివైన చేప చాలా నమ్మకంగా, "నేను ఈ స్థలాన్ని విడిచిపెట్టాలని నేను అనుకోను. మత్స్యకారులు వస్తే, నన్ను నేను రక్షించుకోవడానికి ఏదైనా మార్గం కనుగొంటాను" అని సమాధానం ఇచ్చింది. విధిని నమ్మిన చేప.. నేను పుట్టినప్పటి నుంచి ఇక్కడే ఉన్నాను... ఈ సరస్సును వదిలి వెళ్లను... జరగాల్సింది జరిగిపోవచ్చు.

తెలివైన చేప ఎలాంటి రిస్క్ తీసుకోదలచుకోలేదు. ఆమె సరస్సు వదిలి మరొక సరస్సుకు వెళ్లింది.

మరుసటి రోజు ఉదయం, మత్స్యకారులు అక్కడకు వచ్చి తమ చేపల వల విసిరారు. రెండు చేపలు వలలో చిక్కాయి. అనేక చేపలు కూడా వారికి చిత్కాయి.

తెలివిగల చేప అక్కడి నుండి తప్పించుకోవడానికి మార్గం ఆలోచించింది. ఆమె చచ్చినట్లు నటించింది. మత్స్యకారులు ఆ చేపను తిరిగి సరస్సు నీటిలో పడేశారు. కానీ విధిని నమ్మిన మరో చేప వలలో దూకుతూ పోరాడుతూనే ఉంది. ఆమె తప్పించుకోలేక పోయింది. మత్స్యకారులు అన్ని చేపలను ఒక బుట్టలో సేకరించి ఇంటికి తీసుకెళ్లారు.

నీతి : దేవుడు తమకు తాముగా సహాయం చేసుకునేవారికి సహాయం చేస్తాడు.

టిట్ ఫర్ టేట్

ఒక ఊరిలో ఒక ధనిక వ్యాపారి ఉండేవాడు. ఒకసారి, అతను తన వ్యాపారంలో చాలా నష్టాలను చవిచూశాడు మరియు భారీ అప్పులతో కిందకు వడిపోయాడు. వేరే ఊరికి వెళ్లి తన అదృష్టాన్ని పరీక్షించుకోవాలని నిర్ణయించుకున్నాడు. కాబట్టి అతను భారీ ఐరన్ బ్యాలెన్స్ మినహా అప్పును తీర్చడానికి దాదాపు ప్రతిదీ విక్రయించాడు. ఇది తన పూర్వీకులకు చెందినది. కాబట్టి అతను దానితో విడిపోవడానికి ఇష్టపడలేదు. ఊరు విడిచి వెళ్లేముందు పొరుగున ఉన్న తన స్నేహితుడిని కలవడానికి వెళ్లాడు. అతను తిరిగి వచ్చే వరకు అతనితో ఐరన్ బ్యాలెన్స్ ఉంచాలని ఆయన కోరారు. అతని స్నేహితుడు అతని భవిష్యత్తుకు శుభాకాంక్షలు తెలిపాడు మరియు అతనితో బ్యాలెన్స్ ఉంచడానికి అంగీకరించాడు. కాబట్టి, వ్యాపారి పట్టణం విడిచిపెట్టాడు.

చాలా సంవత్సరాలు గడిచాయి. వ్యాపారి చాలా దూరం ప్రయాణించి మంచి వ్యాపారం చేశాడు. వెంటనే, అతను ధనవంతుడు అయ్యాడు. ఒకరోజు, అతను తన ఊరికి తిరిగి వచ్చాడు.

కొన్ని రోజుల తరువాత, అతను తన పాత స్నేహితుడిని కలవడానికి వెళ్లాడు. అతని స్నేహితుడు అతన్ని చూసి చాలా సంతోషించాడు మరియు అతనిని ఆప్యాయంగా పలకరించాడు. వ్యాపారి బయలుదేరబోతుండగా, ఐరన్ బ్యాలెన్స్ గురించి స్నేహితుడికి గుర్తు చేశాడు. కానీ స్నేహితుడు బ్యాలెన్స్ తిరిగి ఇవ్వడానికి ఇష్టపడలేదు. అలా చేస్తే మంచి ధర లభిస్తుందని భావించాడు దానిని మార్కెట్లో విక్రయించాడు. కాబట్టి, అతను చెప్పాడు, “ప్రియ మిత్రమా, నన్ను క్షమించండి. నేను మీ నిల్వను నా దుకాణంలో గదిలో ఉంచాను. కానీ అక్కడ చాలా ఎలుకలు ఉన్నాయి. అవి నీ బరన్ బ్యాలెన్స్ను తినేసాయి.”

తన స్నేహితుడి సమాధానం విని వ్యాపారి ఆశ్చర్యపోయాడు. అతను రియాక్ట్ అవ్వకుండా, "పర్వాలేదు. తప్పు నీ వల్ల కాదు... మరచిపోదాం" అన్నాడు. అతని నుండి సెలవు తీసుకునే ముందు, వ్యాపారి తన స్నేహితుడిని అడిగాడు, "నేను మీ కోసం ఒక బహుమతి తెచ్చాను, మీ కొడుకును నాతో రమ్మని అడుగుతావా? నేను అతనికి బహుమతి ఇస్తాను." అతని స్నేహితుడు సంతోషంగా తన కొడుకును తన వెంట పంపాడు.

వ్యాపారి బాలుడిని ఇంటికి తీసుకెళ్లాడు. అతడిని తన ఇంట్లోని ఒక గదిలో బంధించాడు. రాత్రి అయినా బాలుడు ఇంటికి రాకపోవడంతో వ్యాపారి స్నేహితుడు ఆందోళనకు గురయ్యాడు. అతను తన కొడుకు కోసం వెతుకుతూ వ్యాపారి ఇంటికి వెళ్లాడు. అతని కొడుకు ఆచూకీ గురించి అడిగినప్పుడు, వ్యాపారి ఇలా సమాధానమిచ్చాడు, "ఏదో భయంకరమైనది జరిగింది. మేము నా నివాసానికి వెళుతున్నప్పుడు, ఒక పెద్ద డేగ బాలుడిని తీసుకువెళ్లింది, నేను ఏమీ చేయలేను." "పదిహేనేళ్ల బాలుడిని డేగ ఎలా తీసుకువెళ్లింది?" నువ్వు అబద్ధం చెబుతున్నావు అన్నాడు స్నేహితుడు.

ఇద్దరి మధ్య గొడవ మొదలైంది. చివరకు కోర్టును ఆశ్రయించాల్సి వచ్చింది. వారు న్యాయమూర్తి గదికి చేరుకోగానే, బాలుడి తండ్రి, "యువర్ ఆనర్! ఈ వ్యక్తి నా కొడుకును దొంగిలించాడు." అతను ఆడికి మొత్తం కథ చెప్పాడు. న్యాయమూర్తి తన కొడుకును తిరిగి ఇవ్వమని వ్యాపారిని ఆదేశించాడు. "నేను బాలుడిని ఎలా తిరిగి ఇవ్వగలను? ఒక డేగ అతన్ని తీసుకువెళ్లింది." అని వ్యాపారి చెప్పాడు.

న్యాయమూర్తి సహనం కోల్పోయారు. "ఒక పక్షి అబ్బాయితో ఎలా ఎగిరిపోతుంది?" అతను వ్యాపారిని తిట్టాడు. వ్యాపారి, "దయచేసి నన్ను క్షమించండి సార్ ఎలుకలు నా ఐరన్ బ్యాలెన్స్ తినగలిగితే, ఒక పక్షి ఎదిగిన అబ్బాయిని ఎందుకు తీసుకెళ్లదు?" అప్పుడు, అతను తన కథలోని భాగాన్ని న్యాయమూర్తికి వివరించాడు. కోర్టులో అందరూ నవ్వడం మొదలుపెట్టారు. ఐరన్ బ్యాలెన్ను తిరిగి ఇవ్వాలని న్యాయమూర్తి వ్యాపారి స్నేహితుడిని ఆదేశించారు. వ్యాపారి తన స్నేహితుడి కొడుకును తన ఇంటికి తిరిగి ఇచ్చాడు.

నీతి: నీ స్నేహితుడిని ఎప్పుడూ మోసం చేయడానికి ప్రయత్నించకండి.